நிழல்களால் உருவாக்கப்பட்டவன்...

சுஜித் ஜீவி

அஹி
வெளியீடு

வெளியீடு : 99
ISBN : 978-93-82810-64-3

நிழல்களால் உருவாக்கப்பட்டவன்...
(கவிதைகள்)
© சுஜித் ஜீவி

முதல் பதிப்பு	:	டிசம்பர் - 2019
பக்கம்	:	64
விலை	:	ரூ.50
ஒளியச்சு	:	வந்தை முருகுபாரதி
அச்சாக்கம்	:	எம்.வி. ஆப்செட் பிரிண்ட்ஸ், சென்னை - 600 005.
வெளியீடு	:	அகநி வெளியீடு, எண் : 3, பாடசாலை வீதி, அம்மையப்பட்டு, வந்தவாசி 604 408. திருவண்ணாமலை மாவட்டம். பேசி : 98426 37637 / 94443 60421 மின்னஞ்சல் : akaniveliyeedu@gmail.com

Nizhalkalaal Uruvakkappattavan...
(Poems)
© Sujith Geevee

First Edition	:	December - 2019
Pages	:	64
Price	:	Rs. 50
Laser Print	:	Vandhai Murugubharathi
Printing	:	M.V.Offset prints, Chennai - 600 005.
Published By	:	AKANI VELIYEEDU. No: 3, Padasaalai Street, Ammaiyapattu, Vandavasi - 604 408. Thiruvannamalai - Dist. Cell : 98426 37637 / 94443 60421. E.mail: akaniveliyeedu@gmail.com

கவிதையைப் போலொரு கவிஞன்...

காலத்தின் கனிந்த சொற்களைக் கண்டெடுப்பதில் முன்நிற்பவன் கவிஞன். அத்தகைய கவிஞனை அடையாளங்கண்டு, கொண்டாடுவதே ஒரு மேம்பட்ட சமூகத்தின் ஆகச் சிறந்த பணியாக இருக்க வேண்டும்.

மண்ணைக் கீறி முளைத்தெழும் விதையென, தமிழ் மொழியின் மீதான தீராக் காதலோடு முகிழ்த்தெழுகிறார்கள் ஆயிரமாயிரமாய் கவிஞர்கள்.

மண் பற்றோடும், மொழிப் பற்றோடும், சக மனிதர்கள் மீதான நேயத்தோடும் இருக்கும் ஈரமிக்க அன்புக் கவிஞர் ஜீவி – வாணி இருவரின் இல்லற வார்ப்பில் பூத்த சுஜித், இளைய கவிஞராய் இந்த நூலின் வழி அறிமுகமாகின்றார்.

எழுதத் தொடங்கிய காலந்தொட்டே, என்னை ஆற்றுப்படுத்தியதில் ஜீவியின் அன்புக்கும் அரவணைப்புக்கும் முன்னிருக்கை இடமுண்டு. என்னைப் போல தமிழகம் முழுவதுமுள்ள எண்ணற்ற இளைய கவிஞர்களை உச்சி முகர்ந்து பாராட்டி மகிழ்ந்த கவியுள்ளம் கொண்ட ஜீவியின் இளைய புதல்வன் சுஜித், ஒரு கவிஞனாக தன்னை வெளிப்படுத்தியதில் வியப்பேதுமில்லை.

பள்ளி நாட்களிலேயே மேடையேறி, அரங்கை வசப்படுத்திய சுஜித்தின் ஆளுமையை, ஜீவியோடு சேர்ந்துநின்று ரசித்தவன் நான். இப்போது இயற்கை மருத்துவம் படித்துக்கொண்டே, கவிதைகளையும் எழுதியிருக்கும் சுஜித்தைப் பார்க்கையில் எழும் பெருமிதத்தை என்னவென்று சொல்ல..?

கவித்துவம் மிளிரும் கவிஞர் ஜீவியின் கவிதைகளும், மேடைகளில் உணர்வுப்பிழம்பாய் எழும் ஆற்றல்மிக்க ஜீவியின் உரைகளும் தமிழகம் முழுவதும் பல்லாயிரக்கணக்கான வாசகர்களை அவருக்குப் பெற்றுத் தந்திருக்கிறது. விஜய் தொலைக்காட்சியின் 'கலக்கப்போவது யாரு..?' நிகழ்வில் பலமுறை பங்கேற்ற சுஜித்திற்கும் அப்படியானதொரு வாசகர் வட்டம் உருவாகி வருவதை அறிவேன் நான்.

எவரையும் காயப்படுத்தாத கனிந்த மனம், துயருற்றோருக்கு உதவும் இளகிய உள்ளம், எப்போதும் ஒரு தோழமை வட்டத்தை உடன் சேர்த்துக்கொண்டு வலம்வரும் சமூக ஞானம்... என இன்னொரு ஜீவியைப் பார்ப்பது போன்றதொரு உணர்வே, சுஜித்தைப் பார்க்கையில் இயல்பாய் எனக்குள் எழுகிறது.

எளிமை, தெளிவு, உண்மை இவற்றின் கூட்டுக்கலவையாகக் கவிதைகளை எழுதும் சுஜித் ஜீவியை காலம் கொண்டாடும் காலம் கனியட்டும்.

சமூக அக்கறையும் அநீதிகளின் மீதான கோபத்தையும் கவிதைகளில் பொதிந்துள்ள சுஜித் ஜீவியின் பெயரையும் தமிழ்க் கவியுலகம் தன் பக்கங்களில் பதிந்து கொள்ளட்டும்.

– மு. முருகேஷ்

நிஜமே அழகு

அடைமழை நாளில் குடை தேடி அனைவரும் ஓடுகையில் வானவில்லை காணவில்லை எனக் கவலைப்படுவான் அவன்.

உண்டியல் உடைத்து தான் சேகரித்த சில்லரைகளை எண்ணிப் பார்த்து மனிதர்கள் மகிழ்கையில், உச்சத்து நட்சத்திரங்களை எண்ணி உற்சாகம் பெறுவான் அவன்.

புத்தாடை, மொபைல், டிஜிட்டல் வாட்ச் எனத் தேடித் தேடி எல்லோரும் வாங்கிக் கொண்டிருக்கையில், மின்னலாய் உதித்த வரிகளைப் பதிந்து வைக்க, வெள்ளைத் தாள் தேடி விரைந்து கொண்டிருப்பான் அவன்.

அலங்கரிக்கப்பட்ட திருமண மண்டபத்தில் ஜரிகைப்பட்டு, வைர அட்டிகை, அறுசுவை உணவு, மொய் கணக்கு என பரபரப்பாய் பலர் திரிந்துகொண்டு இருக்கையில், வாழ்த்து அட்டையில் எழுத வேண்டிய வரிகளுக்காக மண்டை காய்ந்து கொண்டிருப்பான் அவன்.

சாக்கடைக்குள் தொலைந்த தங்க நாணயம் போல் ஒளிரும் வரிகளை உலகம் கவனிக்கவில்லையே என கண்ணீர் சிந்துவான் அவன்.

மொத்தத்தில் பூக்களின் அழகைப் பார்த்து பலரும் பூரித்துக் கிடக்க, வேர்களைப் பற்றி விசாரிப்பான் அவன்.

வெட்டவெளியில் வார்த்தைகளைத் தேடி, பணம் தேடும் சமூகத்தைப் பகடி செய்தபடி கழியும் அவன் நொடி.

கோடிக்கணக்கான வேடிக்கை மனிதர்களைப் போல, வீழ்ந்துவிட மாட்டேன் என எழுந்து நிற்பவன் அவன்.

அவனாய், ஒரு கவிஞனாய் இருப்பதில் கஷ்டங்கள் அதிகம். எல்லாம் தெரிந்திருந்தும் இஷ்டப்பட்டு கஷ்டப்பட என் தோளைத் தொட்டு அழைத்து, இதுவரை எழுதிய கவிதைகளைத் தொகுத்து நீட்டுகிறான் சுஜித்.

'வா மகனே வா...' என வரவேற்கிறேன். எத்தனையொ கவிஞர்களின் முதல் தொகுப்பிற்கு சந்தனக் கிண்ணம் நீட்டிய நான், தன் எண்ணங்களைச் செதுக்கி எழுதியிருக்கிற சுஜித்திற்கும் வரவேற்புத் தோரணம் கட்டுகிறேன்.

'கலைகளின் அரசி கவிதை' எனப் புதுமைப்பித்தன் சொன்னார். என்னைப் பொறுத்தவரை, 'காற்று இருக்கும் வரை கவிதைகள் இருக்கும்; மனிதர்கள் இருக்கும் வரை கவிஞர்கள் இருப்பார்கள்'.

'காற்று வந்ததும் கொடி அசைந்ததா? கொடி அசைந்ததால் காற்று வந்ததா?' என்று கேட்டான் ஒரு திரைக் கவிஞன். வீட்டில் நிறைந்து கிடந்த கவிதை நூல்களை வாசித்து, வந்துபோகும் கவிஞர்களோடு உரையாடி, கலை இரவுகளில் மேடைக் கவிதைகளை ரசித்து, அவ்வப்போது என் கவிதைகளைத்

தன் கையெழுத்தில் எழுதியதால் சுஜித் கவிஞன் ஆனானா ? அல்லது இயல்பாக ஒரு கவிஞனாக இருந்ததால் இதையெல்லாம் செய்தானா என்பது மில்லியன் டாலர் கேள்வி.

எப்படி இருந்தாலும் 2000 சொச்சம் ஆண்டுகள் கவி வரலாறு கொண்ட தமிழ்க் கவியுலகத்தில் தைரியமாக நுழைந்திருக்கிறான் சுஜித்.

கால் நூற்றாண்டுக்கும் மேலாக கவிதை எழுதியவன், புதிய கவிஞர்களை வெளிச்சப்படுத்த விரும்புகிறவன், எல்லாத் தரப்பு கவிதைகளையும் வாசித்து நேசிக்கிறவன் என்கிற வகையில், சுஜித்தின் ஆரம்பக் காலக் கவிதைகள் தான் இவை என்றாலும் ஒரு வித்தியாசமான பார்வையை என்னால் விளங்கிக் கொள்ள முடிகிறது.

'சாமானியனின் நாவாக
கவிஞனின் பேனா மாற வேண்டும்...'

என்ற சுஜித்தின் குரல் சுவாரசியமாகவே உள்ளது.

இயற்கை மற்றும் யோகா மருத்துவர், மிமிக்ரி கலைஞர், தொலைக்காட்சி நிகழ்வுகளில் பங்கேற்பாளர், மேடை கலைஞர், நவீன வாழ்வைப் பதிவு செய்யும் பாடல்களைப் பதிவேற்றும் வலைஞர், கிரிக்கெட்டர் சுஜித்துக்குள் பல்வேறு பரிமாணங்கள் இருந்தாலும் சிலர் சிரிக்கும்போது தூக்கலாய்த் தெரிகிற சிங்கப்பல் மாதிரி, கவிஞர் சுஜித் தூக்கலாய் வெளிப்பட்டிருக்கிறான் இப்போது.

மருதாணி பூசிய விரல்கள் ரம்மியமாய் இருப்பது போலவே, கவிதை எழுதும் விரல்களும் கம்பீரமானது என்ப்து எனது திண்ணமான எண்ணம். அழகுணர்ச்சி, அசத்தலான சமூகப் பார்வை, சொல்வதில் தெளிவு, நுண்ணறிவு ஆகியவை நல்ல கவிஞனின் மூலதனம்.

தோல்வி / தனிமை / இரவு / அவள் / கவிதையின் மூலப் பொருட்கள்... என தன் கவிதையின் கச்சாப் பொருட்களை அழகாக அடையாளம் காட்டுகிறான் சுஜித்.

கவிஞர்கள் அழகின் ரசிகர்கள்; அழகுப்படுத்தப்பட்ட சிந்தனைதான் கவிதை.

வானம், மேகம், நிலா, நட்சத்திரம், மலர், மழை போன்றவை போலவே, தன் அழகான அம்மாவைப் பாடாத கவிஞனே இல்லை. 'அன்னையைப் போல் ஒரு தெய்வம் இல்லை; அவள் அடிதொழ மறுப்பவன் மனிதன் இல்லை' என்றார் அன்றைய கவிஞர் கா.மு.ஷெரீப்.

'நிலவில் ஆயா
வடை சுடுகிறாளாம்;
இதென்ன பிரமாதம்...
எனக்காக நிலவையே
தோசையாகச் சுடுகிறாள்
என் அம்மா.'

என்கிறான் இன்று சுஜித்.

அம்மா போடும் மார்கழிக் கோலம், ஊரின் விழிகளை விரிய வைப்பது போலவே, சுஜித்தின் இதுபோன்ற அசலான வரிகளும் வாசிப்பவரை வசீகரிக்கும்.

பரணில் கிடந்த பித்தளைக் குடத்தை எடுத்து புளி போட்டு, பள பளவென விளக்கி வைப்பாள் அம்மா. சந்தனம், குங்குமம் வைத்து அலங்கரிப்பாள். குடத்தின் வாயில் மாவிலைகளை ரசனையுடன் அடுக்கி, நடுவில் தேங்காய் வைத்து, அம்மன் திருவிழா அன்று கும்பம் வைப்பாள் அம்மா. அப்போது அவள் கண்கள் சுடரும். அதே வேளையில் தானியம் போட்டு வைக்கும் பெரிய பழைய பானையை விதைக்கும் நாளில், தூக்கி வெளியே வைப்பாள். அப்போது அவள் கண்கள் கூடுதலாய் ஜொலிக்கும். உருண்டு திரண்ட காயோடு பூக்கும் பூசணி போல், கவிஞர்களின் கவிதை மலர்ந்தால் நல்லது. பாட்டியின் பார்வையையே தன் கவிதைப் பார்வையாக வைத்திருக்கிறான் சுஜித் என்பதற்கு,

'காந்தியே நீ தோற்றுவிட்டாய்.
இரவில் பெண் வேடமிட்டவர் கூட
நடமாட முடியலையே..'

போன்ற வரிகள் கட்டியம் கூறுகின்றன

பலரையும் கவர்ந்த புதுக்கவிதையின் மூலம், பாட்டிகள் போட்ட விடுகதைகள்தான் என்ற கூற்று இருக்கிறது. சுண்டக் காய்ச்சிய திரட்டு பால் போல் அழகிய நடையில் எழுதப்படும் கவி வரிகள், அதை வழிமொழிந்துதான் வந்துகொண்டிருக்கின்றன.

'அணுப்பிளவு

இதழிணைவு

ஒன்றென்றறிக.'

போன்ற சுஜித்தின் குண்டூசிக் கவிதைகள் கூர்ந்து கவனிக்கத்தக்கன.

கண்ணாடியில் பார்த்து தன்னைத்தானே படம் வரைந்துகொள்வது மாதிரி, இந்த சில ஆண்டு அனுபவங்களை கவிதைகளில் எழுதிப் பார்த்திருக்கிறான் சுஜித்.

என்னோடு மேடைகளையும் கவிதை அனுபவங்களையும் பல ஆண்டு களாய் பகிர்ந்துகொண்டு, இப்போதும் உற்சாகக் காற்றாய் உலா வருகிற மு.முருகேஷ், தனது அகநி வெளியீடு மூலம் சுஜித்தின் ஆரம்பகாலக் கவிதைகளை ஆரமாக்கி, அழகு பார்த்திருக்கிறார். அவருக்கு நன்றி. அகநியின் முயற்சியை தரணி கொண்டாடட்டும்.

கவிஞனின் வெற்றிக்கு கட்டியம் கூறுவது எது?

இறுக்கமான மொழியா? இயல்பான நடையா? மயக்கும் சமக்காரமா? உண்மைகளின் வெளிச்சமா? சத்திய ஆவேசமா? சமூகத்தின் குரலைப் பிரதிப்பலிப்பதா அல்லது இவை எல்லாமுமா? காலங்காலமாக கவிஞர்கள் இந்த கேள்விகளுக்கான பதில்களைத் தேடியபடியே பாடி வந்திருக்கிறார்கள்.

‘அரிதாரம் பூசினால்தான் நடிகனுக்கு அழகு;
அலங்கார வார்த்தைகள்தான் கவிதைக்கு அழகு.’

என்று சொல்லும் சுஜித், நிறைய வாசித்து, நிறைவாய் யோசித்து, தன் எல்லைகளை விரித்து கவிப் பயணம் தொடரட்டும். தேடுங்கள் கண்டடைவீர்கள் என்பது முத்திரை வாசகம். எழுது சுஜித், விரல்கள் வலிக்கும் வரை. உன் ஒளிரும் வரிகள் ஊர்வலம் வரட்டும்.

எனது மற்றும் தனது பிரியத்திற்கும் உரிய மகன்கள் அஜித், சுஜித் ஆகியோரின் வெற்றிகளைக் கணக்கிடத்தான் தனது பத்து விரல்களும் என்று நித்தமும் நம்புபவர் என் துணைவி, அறந்தாங்கி அரசு மருத்துவமனையின் ஆய்வக நுட்பணர் ஸ்ரீவாணி. அவ்வப்பொது வண்ண வண்ணப் பேனாக்கள் வாங்கி, வாஞ்சையுடன் பரிசளிப்பார்.

‘அனுதினம் நடப்பதை
அனுபவம் தருவதை
என் பேனாவில்
உண்மைகளாக இட்டு...
சமூகக் கவிகளைப் படைக்க வேண்டும்.’

என்று சுஜித் சொல்வதை பார்க்கும்போது,

இனி வாணி இரண்டு மடங்கு பேனாக்களை வாங்க வேண்டியிருக்கும் என்று தோன்றுகிறது.

நிறைய பேனாக்களை வாங்க வேண்டும் என்று வாணியிடமும், அவற்றை ஈரம் காயாமல் வைத்துக்கொள்ள வேண்டுமென்று சுஜித்திடமும், தகுதி இருப்பின் இந்த கவிதைகளைத் தாங்கிப் பிடியுங்கள் என்று தமிழ்க் கூறும் நல்லுலகத்திடமும் நான் வேண்டுகோள் விடுக்கிறேன்.

‘நிழல்களால் உருவாக்கப்பட்டவன்’ என்ற இந்த தொகுப்பில், நிஜங்களால் உருவான வரிகள் இருப்பது மகிழ்ச்சி தருகிறது. இலக்கிய உலகில் நிஜமே அழகு. சுஜித் இனியும் பழகு. தன் பிஞ்சு மகன் நடைவண்டி ஓட்டிப் பழகியதைப் பார்த்துக்கொண்டிருக்கும் போதே, வளர்ந்து ஓட்டப்பந்தயத்தில் கலந்து, அவன் கோப்பைகளோடுத் திரும்புவதை எல்லா அப்பாக்களும் விரும்பவே செய்வர். நான் மட்டும் விதிவிலக்கல்ல; சுஜித் உன் கவிதை ஓட்டம் கவனமாகத் தொடங்கி இருக்கிறது. தொடர்ந்து ஓடு. நீ எட்டும் இடத்தில் தான் கவிதைக் காடு.

பிரியத்துடன்...

29.12.2019

ஜீவி

211/7A, பொற்குடையார் கோவில் ரோடு,
அறந்தாங்கி - 614 616
செல் : 94431 20490
மின்னஞ்சல் : geeveekavi@gmail.com

இந்நூல்...

சுர்ஜித்

ஆசிபா

அனிதா...

மூவருக்கும்

சமர்ப்பணம்

நன்றி...

அப்பா **ஜீவி** மற்றும் கவிஞர் **ஜீவி**

அம்மா **வாணி**

அண்ணன் **அஜீத்**

ஆசான் **ஷேக்சுல்தான்**

ஓவியர் **நிஷாந்தி**

வேலைக்காரி

✻

துவைப்பதற்குக் கூலி
இரண்டாயிரமாம்...
சமைக்கக் கேட்டால்
மூவாயிரமாம்...
பாத்திரம் துலக்க
ஆயிரத்தி ஐநூறாம்...
குழந்தைகளைக் கவனிக்க
ஐந்தாயிரமாம்...
ஒற்றை இரவுக்கே
ஓராயிரமாம்...
முதியோரைப் பார்த்துக்கொள்ள
இரண்டாயிரமாம்...
இவையனைத்தும் செய்ய
ஆள்பிடித்து விட்டானாம்...
நூறு பவுன் போட்டாதான் கௌரவமாம்...
இந்த ஜனநாயகம் பிச்சை எடுக்கிறது
நிஜ நாயகிகளிடம்.

நெருப்பில் கண்ணகிகள்

❋

சிசுவிலேயே கொன்றார்கள்
தவித்தோம்.
குழந்தைத் திருமணம் என்றார்கள்
துடித்தோம்.
தாசியாக்கினார்கள்
கதறினோம்.
உடன்கட்டையேறச் சொன்னார்கள்
மன்றாடினோம்.
பேருந்திலே உரசினார்கள், சிணுங்கினோம்.
'ஜீன்ஸ் போடாதே...' என்றார்கள்
ஒப்புக்கொண்டோம்.
பெண்களே தெய்வம் என்றார்கள்
ஆசிடில் அபிஷேகம் செய்தார்கள்.
கற்புக்கரசியையும்
தீயில் குளிக்கச் சொல்வார்கள்
'பெண்கள் நம் கண்கள்' என்றார்கள்
கற்பழித்துக் கொன்றார்கள்
இரும்பு ராடை விட்டு,
இருமாப்பைக் காட்டுவார்கள்.
காந்தியே... நீ தோற்றுவிட்டாய்
இரவில் பெண் வேடமிட்டவர்கூட
நடமாட முடிவதில்லையே..!
ஆண்களே... எச்சரிக்கை;
இனி, சரியாகப் பயன்படுத்தாத
உயிர்க்குறிகள் அறுத்தெறியப்படும்.

என்னவள்

❋

உந்தன் கேள்விகளுக்கு
என்னிடம் பதிலில்லை பெண்ணே...
என்னை மன்னித்துவிடு;
நம்மைச் சுற்றிப்
பலரிருந்தும்
தனிமையாய் நாம் இருவரும்.
இதென்ன கொடுமை..?
நம் காதலுக்கு
ஏன் காலக்குறுக்கீடு?
யார் அது..?
அந்த ஒருவர் மட்டும்
நம்மைக் கண்காணித்துக்கொண்டே
இருக்கிறாரே..!
நல்லதாய்ப் போயிற்று
சாட்சிக் கையெழுத்தை
அவரே போடட்டும்;
அப்பாடா... நேரம் வந்தாச்சு
மூன்றுமுடிச்சு போட்டுட்டேன்
அய்யோ... வேண்டாம்;
அவளை என்னிடமிருந்து பிரிக்காதீர்கள்
உன் வீட்டாரை நான் எச்சரிக்கிறேன்.
தவறைத் திருத்திக் கொள்ளுங்கள்...
சீக்கிரமாய் என் கரங்களில்
அவளை ஒப்படைத்துவிடுங்கள்...
தேர்வுத் தாள்.

சுஜித் ஜீவி

பள்ளிக்கூடம்

❇

உஜாலாவின் மகிமையிலே
நீலமான வெள்ளைச் சட்டை...
கட்டைவிரலுக்குக் காற்றோட்ட வசதிகொண்ட
கருப்பு கலர் ஷீ...
தேனீக் கூட்டங்களை எறும்புக் கூட்டங்களாக்கும்
பி.டி. வாத்தியாரின் விசில் சத்தம்...
முட்டியிலேயே அடிக்கும் சொட்டைத்தலை வாத்தியார்
சுட்டிகளுக்குப் பிடிக்கும் சோடாப்புட்டி மிஸ்
மேகி பூரி டிபன் பாக்ஸை
சுற்றி வட்டமேசை மாநாடு...
உப்புமா சேமியா இருக்கும் பாக்ஸ்
பக்கம் கையும் போகாது
ஓட்டப்பந்தயத்தில் பேண்ட் கிழிந்ததால்
பக்கவாட்டில் ஓட்டம் பிடித்தது,
பாட்டில் நிரப்புதலில் தோற்றுப்போனதால்
கண்களைக் கண்ணீரில் நிரப்பியது,
அடுமனையில் பப்ஸ் வாங்கி
சாஸினால் அலங்கரித்தது
பாரதியார் வேஷம் போட்ட எனக்கு
குடுகுடுப்பக்காரனாய் முதல் பரிசு
போர்டை தலைகீழாகப் பிடித்துக்கொண்டு
ஆடிய வெல்கம் டான்ஸ்...
இப்படி எத்தனையோ நினைவுகள் நெஞ்சுக்குள்ளே.
யாரும் கண்டுகொள்ளாத வாட்ஸ்அப் குரூப்
பீலிங் நாஸடால்ஜியா ஸ்டேடஸ்
இதற்குள்ளா அடங்கிவிட்டது
நம் பள்ளி வாழ்க்கை..!

சகோதரத்துவம்

❈

வார்த்தைகளால் விளக்கிவிட முடியாதது
அண்ணன் தம்பி உறவு.
வாய்ப் பிளக்க வைத்துவிடும்
பாசத்தின் அளவு.
ஒவ்வொரு அண்ணனுக்கும் இரண்டு முகங்கள்
துறைமுகமாய் அதட்டலை
அடுக்கி வைத்திருக்கும் ஒரு முகம்;
மறைமுகமாய் அன்பை
பதுக்கி வைத்திருக்கும் மறு முகம்.
'மன்னன் எவ்வழி; மக்கள் அவ்வழி'
இது பழமொழி;
'அண்ணன் எவ்வழி; தம்பி அவ்வழி'
இதை நீ வழிமொழி.
தோழனாய்ப் போட்டியாளனாய் இருக்கும்
சிறந்த ஆல்ரவுன்டர் அண்ணன்.
முன்னுக்குப் பின்னாய் முரண்பட்டாலும்
ஒன்றுக்குள் ஒன்றாய் கலந்திருப்பார்கள்.
அழுதே அண்ணனின் பிஸ்கட்டிலும்
பாதியை வாங்கிவிடும்
தந்திரக்காரன் தம்பி.
பருவ மாற்றம் உருவத்தை மட்டுமல்ல...
கர்வத்தையும் மாற்றி
பாசத்தைப் புகட்டச் செய்யும்
அண்ணனின் அந்நியோன்யம்
தம்பியை ஸ்தம்பிக்கச் செய்யும்.
மொத்தத்தில் தம்பி, அண்ணனின் செல்லம்
அண்ணன், தம்பியின் அண்டம்.

தமக்கையில்லாத் தத்தளிப்பில் தம்பி

❈

தஞ்சைப் பொம்மை தலையை
எதிர்மறையாய் ஆட்டுவதேன்..?
தாஜ்மகால் பளிங்குக் கல்லு
மழுங்கிய ஒளி வீசுவதேன்?
பாரதியின் முண்டாசில்
எச்சங்கள் விழுந்தது ஏன்..?
நாட்டுவாழ்த்து சொன்ன
நா பொசுங்கிப்போனது ஏன்..?
அமெரிக்க மாப்பிள்ளைக்கு
வாக்கப்பட்டுப் போகிறாள் அக்கா.
தன் உற்றார் உறவினரை
உதறித்தள்ள உள்ளமின்றி உருகுகிறாள்
தன் கற்பனைகள் கலங்கடிக்கப்பட்டு விட்டதை
எண்ணிக் கதறுகிறாள்.
தன் கனவுகளைக்
கணவருக்காக கத்தரித்துவிட்டு
வெற்றிகரமாக நாடு கடத்தப்பட்டு விட்டாள்.
தன் ஆசைப் பொருட்களை
ஐம்பது கிலோவுக்குள்
அடக்க முடியாமல் அழுகிறாள்.
தடுமாற்றத்தினைத் தகர்க்கும்
தாய்மடி உறக்கத்திற்குத் தவிக்கிறாள்.
உன் ஸ்டிக்கர் பொட்டு
ஒட்டப்பட்ட கண்ணாடி
நம் கதைகளைச் சொல்கிறது.
உன் சீப்பிலிருக்கும்
உதிர்ந்த முடிதான்
முடிவுரை சொல்கிறது.
இப்படிக்கு,
தமக்கையில்லாத்
தத்தளிப்பில் தம்பி.

முத்தம்

❉

ஹிரோசிமா நாகசாகியின் தாக்கம் உணர்கிறேன்
உன் முத்தக் குண்டில்.

அணுப்பிளவு
இதழிணைவு
ஒன்றென்றறிக.

இன்றும் காயவில்லை
முதல் முத்தத்தின் ஈரம்.

உலகிலேயே எனக்கு
பிடித்த இடம்
அவள் இதழ்கள்.

என்னைப் பற்றி நானே

❖

பிறருக்காக வாழும் சுயலநலவாதி நான்;
முற்போக்கு சிந்தனைகள் கொண்ட
முட்டாள் நான்;
தனித் திறன்கள் கொண்ட
சாமானியன் நான்;
அனைவரையும் மதிக்கும்
திமிரு பிடித்தவன் நான்;
கற்பை இழக்காத கண்ணன் நான்;
எழுத்துப் பிழைகள் செய்யும்
எழுத்தாளன் நான்;
பிம்பங்களால் உருவாக்கப்பட்ட
உண்மை பொருள் நான்;
எல்லோரிடமும் உண்மையாய் பழகும்
ஏமாற்றுக்காரன் நான்;
மிருக குணங்களற்ற
சமூக விலங்கு நான்;
அவ்வப்போது உண்மைகளும் பேசும்
அரிச்சந்திரன் நான்;
எப்போதும் நட்புவட்டங்களால்
சூழப்பட்டிருக்கும்
தனிமை விரும்பி நான்;
தன்னடக்கம் தற்பெருமை
இடைவெளி உணர்ந்தவன் நான்;
பொய்யாக நடிக்கும் நல்லவன் நான்;
முரண்களின் முழு உருவம் நான்;
நான் நிஜமல்ல...
நிழல்களால் உருவாக்கப்பட்டவன்.

நிழல்களால் உருவாக்கப்பட்டவன்...

ஆன்மீகம்

✻

கருப்பில் மூடினால்
ஒரு மதமாம்.
காவியில் மூடினால்
ஒரு மதமாம்.
வெள்ளையில் மூடினால்
மற்றொன்றாம்.
வண்ணத்தில் நம்மை
மூடுவது அல்ல...
எண்ணத்தில் நம்மையே
திறப்பதுதான் ஆன்மீகம்.

சுஜித் ஜீவி

சாதனை

✲

படுக்கையில
பாத்ரூம் போறதெல்லாம் நிறுத்திட்டேன்ல...
கட்டைவிரல் சப்புறதையும்
சத்தியமா குறைச்சுட்டேன்ல...
ஸ்ட்ரா வச்ச டம்ளரையும்
தம்பிக்கிட்ட கொடுத்துட்டேன்ல...
நாலு சக்கர சைக்கிளையும்
ரெண்டாக மாத்திட்டேன்ல...
அப்பா ஸ்கூட்டிலயே நான்
முன்னாடி உக்கார்றதில்ல...
தெரு கிரிக்கெட்ல கூட
இப்ப நான் உப்புக்கு சப்பாணி இல்ல...
பேனா, ரப்பரெல்லாம்
நானிப்ப தொலைக்கிறதில்ல...
பக்கத்து வீட்டு பாபுவவிட
இப்ப நான் ஹயிட்டு தெரியும்ல...
இந்தப் பயணித்திலாவது
எனக்கு முழு டிக்கெட் எடும்மா ..!

தீபாவளி தீராவலி

❉

அம்மா கேள்விப்பட்டேன்...
'இன்னைக்கு தீபாவளியாமே?'
நரகாசுரன் இறந்த நாளின் கொண்டாட்டமாமே?
நமக்கு கொண்டாட்டமே...
இறந்த காலமாகிடுச்சு பாத்தியா..!
எண்ணெய் தேய்ச்சு குளிடானு
அப்பா அதட்ட,
பட்டாசு வேணும்னு
கண்ணீரில் நான் குளிக்க,
கண்ணால கட்டளைய அப்பாவுக்கு நீ காட்ட,
எண்ணெய் குளியலில்
எனக்கு சூடிறங்க, அப்பாவுக்கு சூடேற,
சுருள்கேப் துப்பாக்கியில் பத்து பேர
நான் சுட்டுக் கொல்ல...
ஆயுள் தண்டனைய உன்
கைவிரல் மோதிரம் அனுபவிக்க,
பக்கத்து வீடுகளோடுப் பலகார சரக்குகள்
ஏற்றுமதி, இறக்குமதி நடக்க...
உண்ட பலகாரத்தினால் எனக்கு
இறக்குமதி அதிகம் நடக்க...
பரபரப்பாய்க் கொண்டாடின
காலங்கள் இன்னும் நினைவிருக்கு...
நானிருக்கும் சவுதியில தீபாவளி கிடையாதாம்...
இன்னும் ஆறு மாசத்துக்கு
ஊர் வரவும் முடியாதாம்.
இருக்கட்டும்;
என்னையே தேய்த்து
காலச் சக்கரத்தைச் சுத்தவிட்டு,
நினைவு மத்தாப்புக் கொளுத்தி,
இந்தத் தீபாவளியை முடிச்சுக்கிறேன்..!

இது நான்தானா...?!

❇

இது நான் தானோ?

புன்னகைப் புசித்தே
பழகிய உதடுகள்.
கதறியழும் நிலையில்
கதியத்து இருக்கிறது.
பாவங்கள் காட்டியே
பழகிய கண்கள்
பாவமாய் இப்போது
கண்ணீர் வடிக்கிறது.
உற்சாக உடல்மொழிகள் காட்டும் என்மேல்
சோக கிருமி
தொற்றிக் கொண்டது.
தாராளம் காட்டிய எந்தன் வாயோ
தராசு போல அளந்துபேசுகிறது.
என் சிரிப்புச் சரவெடிகள்
கண்ணீரில் நனைந்து நமத்துவிட்டது.

கவிதை வரிகளைத் தந்த காத்திருப்புகள்
முதல்முறையாய்
கடுப்பைத் தருகிறது
தென்றலை வீசிய
பேருந்து ஜன்னல்
இப்போது துர்நாற்றம் வீசுகிறது.
இசையாய் ஒலித்த ஹாரன் சத்தம்
காது ஜவ்வை கிழிக்கிறது.
ஒருவழி பாதையில்
எதிர்புறம் பார்த்து
சாலையைக் கடக்கிறேன்
தவமிருந்து பெற்ற தனிமைகூட
தடுமாற்றமே தருகிறது.
எந்தன் மனசு
என்னுடனே கண்ணாமூச்சி ஆடுகிறது.
கேள்வி என்றால் பதில் தேடிவிடுவேன்
நானே கேள்வியானதால் தடுமாற்றமோ..?
தோன்றி மறைந்த கவிதை வரியினைக்
கவிஞன் தேடுவது போல்
கூட்டத்தில் தொலைந்த குழந்தையைத்
தாய் தேடுவதுபோல்
எங்கோ தொலைத்த சந்தோஷத்தை
இங்கு தேடிக்கொண்டிருக்கிறேன்...
'கிடைக்கும் என்ற நம்பிக்கையில்.'

என் காதலி

❇

புல்லில் விழுந்த பனி நீ.
பார்த்தாலே சுவைதரும் கனி நீ.
இதயத்திற்கு கடவுச்சொல் இட்ட கணினி.

நிலத்தில் வந்த தேவதை பெண் நீ.
நீதான் எந்தன் கனவுக் கன்னி.
உன்னைக் கவர்வதே என் முழுநேரப் பணி.

வாயினுள் அண்டத்தைக் காட்டியவன்
கோபியர் கடவுள்.
ஒற்றைப் பார்வையில் அகிலத்தையே
உணர்த்திடும் நீ
எந்தன் காதல் கடவுள்.
உன் கண்கள் அது களங்கரை விளக்கம்
உன் பார்வை இன்பத்துப் பாலையும் விளக்கும்.
என் உலகமான உன்னை நான்
ஒவ்வொரு நொடியும் சுற்றி வருவேன்...
உனக்கும் எனக்கும் இடையில்
பல ஜென்ம கதைகளை இயற்றி இருக்கிறேன்.

உன்னிடமிருந்து வரும் குறுந்தகவலுக்காக
எந்தப் போதி மரத்திலும் தவமிருப்பேன்.
உன் வாய்வழி வரும் வாய்ஸ் நோட்களில்
வானம்பாடி பறவைகளின் ராகம் உணர்கிறேன்.
உன் இமையில் அனுப்பும்
ஈமெயில் எனக்கு மட்டுமே புரியும்; ஏனெனில்
என் ஆண்மைப் புயல்
உன் இமையில் மையம் கொண்டுள்ளது.
காதல் டயாபடீஸ் நோயாளி நான்
அன்பெனும் இன்சுலினைக் குத்தி,
என்னைத் தேற்று.

மழை நடுக்கம்

❖

பலத்த மழையோ இடியுடன் கூடிய மழையோ
பெய்ய வாய்ப்பு என்று சொன்ன
ரமணனை அலட்சியபடுத்தியதாலோ..?
அம்மா கொடுத்த குடையை
நான் வாங்காமல் வந்ததனாலோ..?
என் வயல் செழிக்க மழை வேண்டுமென்ற
விவசாயியின் வேண்டுதல் தாமதமாய்
இறைவனைச் சென்றதனாலோ..?
புதுசாய் வாங்கிய என் லெதர் ஷீ
தாரோடும் சேறோடும் உள்ள சாலையில்
பாலிஸ் செய்யப்படுவதற்கோ..?
திடீரென மழைக் குண்டுகளைக் கொட்டியது கார்மேக பீரங்கிகள்
மழையுடன் இருட்டும் தனிமையும் சேர்ந்தே இருந்ததால்
பயமும் இலவச இணைப்பாய் தானே வந்தது
அறுந்து கிடக்கும் மின்கம்பி தாக்கி
பொசுங்கிவிடுவேனோ? என நடுங்கியது நெஞ்சம்.
வெட்டிக் கிடந்த ஒற்றைக்குழியோ
என் உயரத்திற்கே வெட்டிய சவக்குழியாய் எண்ணிப்
பதறியது கொஞ்சம்
'கர்கர்' என குரைக்கும் தெரு நாயோ
என் தொடைக்கறியை கவ்வப் பார்ப்பதாய்
மனதில் படபடபடப்பு.
விட்டுவிட்டு எரியும் மின்னல் ஒளி
என் கண்பார்வையைப்
பறித்திடுமோ என ஒரு கவலை.
கடிந்து ஒலிக்கும் இடிசத்தம் கேட்டு
துடிக்கும் இதயம் வெடிக்கத் தொடங்கியது.
பல்வேறு பயங்களைச் சட்டைப்பையில் வைத்துக்கொண்டு,
முறுக்கிய மீசையின் நடுக்கத்தை மறைத்துக்கொண்டு,
வாகனங்கள் வாரியடித்த சேற்றோடும்
அஞ்சியவனெல்லாம் கோழையல்ல என்ற கூற்றோடும்
கட்டபொம்மன் பேரனாய் வீரநடை போட்டேன்.

எனக்குள் கவிஞன்

பொழுதுபோக்காய் எழுத ஆரம்பித்து,
முற்போக்கு சிந்தனைகளை எழுத நினைக்கும்
கத்துக்குட்டி கவிஞன் நான்.

வார்த்தைகளின் வர்ணஜாலங்கள் தான்
கவிதை என நினைத்து,
வாய்க்கு வந்த வர்ணனைகளை எல்லாம்
வீசிக் குவித்த வேடிக்கை கவிஞன் நான்.

கறை படிந்த சமூகத்தைச்
சலவை செய்ய நினைத்தும்
நண்பர்களின் காதல் கடிதங்களிலேயே
கரைந்துபோன காமெடி கவிஞன் நான்.

அரிதாரம் பூசினால்தான் நடிகனுக்கு அழகு
அலங்கார வார்த்தைகள்தான் கவிதைக்கு அழகு
என பழமொழி பேசும்
வியாக்கியான கவிஞன் நான்.

சாமானியனின் நாவாக கவிஞனின் பேனா மாற வேண்டும்;
மூடநம்பிக்கை எனும் மூடுபனியை
கவியொளி அகற்ற வேண்டும்...
இப்படி கவிஞனின் கடமைகள் பலவிருப்பதைத்
தாமதமாக உணர்ந்தவன் நான்.

அனுதினம் நடப்பதை அனுபவம் தருவதை
என் பேனாவில் உண்மைகளாக இட்டு,
மானுடம் விழித்திட வையகம் செழித்திட
சமூக கவிகளைப் படைத்து,
கடமை புரிவான் இக்கவிஞன்.

மேடை

❉

மேடை
சாதாரணமானவனைச் சாதனையாளனாக்கும்
சாகச களம்தான் மேடை.
மரணத்திற்குத் தூக்கு மேடை கலைஞனின்
ஜனனத்திற்கு கலை மேடை.
முதல் மேடையில் நடுக்கம் வரும்
இரண்டாம் மேடை தன்னம்பிக்கை தரும்.
மூன்றாம் மேடை புகழ் தரும்;
பின்வரும் மேடைகள் போதையைத் தரும்.
மக்களை மயக்கிப் போடும்
மைக் ஒரு மந்திரக் கோல்.
மேடைக்கு அஞ்சியவன் தொண்டனாகிறான்;
துணிந்தவன் தலைவனாகிறான்.
உலகம் ஒரு நாடக மேடைதான் அதில்
இராஜபாட்டைகள் சிலர்தானே..?

ஆண்ட்ராய்டு

❇

ஆதியிலே ஆண்ட்ராய்டு
இருந்திருந்தால்
ஆதாமும் ஏவாளும்
ஆப்பிள் மொபைலில்
செல்ஃபி எடுத்திருப்பர்.
கண்ணகி தன் காற்சிலம்பை
ஓஎல்எக்ஸில் விற்றிருப்பாள்.
பாண்டவர்களோ கேன்டி கிரஸ் விளையாண்டிருப்பர்.
சீதையின் பேஸ்புக் ஸ்டேட்டஸ்
சிங்கிள் இல்லை
என்பதை தெரிந்தும்
அவளைக் கடத்திய
இராவணனை ஜிபிஎஸ்ஸில்
கண்டுபிடித்திருப்பார் இராமன்.

தன் குறள்களை ட்விட்டரில் போட்டு,
பாலோயர்ஸ்களை அள்ளியிருப்பார் வள்ளுவர்.
நாரதர் கொடுத்த
ஒரு ஐபாடிற்கு
கூகுள் மேப்பை சுற்றி வந்து,
முருகர் சீட்டிங் செய்திருப்பார்.

நான் யார்...?

✤

ஆண் பாதி; பெண் பாதி
கடவுள் என்பீர்
ஹார்மோனின் மாற்றத்தை
அபத்தம் என்பீர்.
உலகத்தில் உனக்கில்லை
இடமும் என்பீர்.
உடலுக்கு உணவாகும்
உருவம் என்பீர்
பெரும் ஆண்மை கொண்டிருக்கும்
நங்கை எம்மை
சிறுபான்மை என்றுசொல்லி
தள்ளி வைப்பீர்.
அறியாமை கொண்டிருக்கும்
உங்களுக்கு
வருங்காலம் பதில்
சொல்லும் காத்திருப்பீர்
ஆணுக்குள் பெண் உண்டு;
பெண்ணுக்குள் ஆண் உண்டு;
இரண்டும் பெற்றிருக்கும்
எங்களுக்கும் வாழ்வுண்டு.

சுஜித் ஜீவி

ஓட்டம்

❈

பள்ளிக்குப் பத்து மைல் ஓட்டம்,

தண்ணீர்ப் பிடிக்கப்
பக்கத்து ஊருக்கு ஓட்டம்,

படிப்பதற்கு தெருவிளக்குத் தேடி ஓட்டம்,
வெறுங்காலில் ஓடிப் பழகிவிட்டேன்
இந்தக் கிழிந்த காலணி எனக்கு ஆறுதல்தான்;

காடு மலை தாண்டி ஓடிவிட்டேன்
இந்த ஓடுகளம் எனக்கு மெத்தைதான்;
கேட்ச் பிடித்தால் கார் பரிசாம்
கோல் அடித்தால் கோல்டன் ஷீ பரிசாம்;
கோல்ட் வென்றால்தான் எனக்கு ஷீ பரிசாம்;
ஊழல்வாதிகளின் முகத்திரைக் கிழிக்க
பத்திரமாக இருக்கிறது...
என் கிழிந்த காலணி.

ஆதிக்க வர்க்கமே...
ஒரேயொரு வேண்டுகோள்
தங்க மங்கை என்னிடமும்
நூறு பவுன் கேட்டுக் கொல்லாதீர்கள்.

நிழல்களால் உருவாக்கப்பட்டவன்...

காதலும் அறிமுகமில்லாச் சலூன் கடையும்...

✣

காதலும் அறிமுகமில்லாச்
சலூன் கடையும்.
நுழைந்த பின்னேதான்
ஆயிரம் குழப்பங்கள் வரும்.
நம்மை ஏதேதோ செய்யும்
நன்மை செய்கிறதா..?
நாசம் செய்கிறதா..?
என்பதெல்லாம்
முடிந்தபின்னே தெரியும்.
இடையில் ஒத்துழைக்காமல் போனால்
கழுத்தைப் பிடித்து
உட்கார வைக்கும் .
எத்தனை முறை பட்டாலும்
மீண்டும் எப்படியாவது
நம்மை
உள்நுழைத்து விடும்.

சுஜித் ஜீவி

பாவனை

❇

விமானத்திற்கு
கை அசைக்கும்
குழந்தைகள்...

அவளுக்காகக்
காதல் கவிதை
எழுதும் நான்.

கையில்லாதவனல்ல...
கொள் 'கை' இல்லாதவனே
ஊனமுற்றவன்.

சுஜித் ஜீவி

வானிலை அறிக்கைப் போல்
மனநிலை
தள்ளினாலே விழும்
வாழைமரமாய் உடல்நிலை.

விளையாடும் குழந்தையைப் போல
சீரற்று ஓடும் இதயம்
அந்தப் பெரிய கடையின்
பழைய மின்பலகை மாதிரி
அவ்வப்போது மின்னும் கண்கள்.

இரவில் மட்டும் செயல்படும்
வௌவாலாய் மூளை.

வரவேண்டிய நேரத்தில் வராமல்
தேவையற்ற நேரத்தில் வரும்
எம்.எல்.ஏ.வாகத் தூக்கம்.

அந்த வியாபாரமாகாத
கூழ் கடைப் பாட்டியோடு
அப்படியே பொருந்தும் முகபாவனை.

புரியாத மொழிப்படத்தின்
நகைச்சுவைக்குச் சிரிப்பதா?
முழிப்பதா? என்று குழம்புவதுபோல்
நடக்கும் உரையாடல்கள்...

புது பள்ளியின் முதல் நாளாய்
மாறிவிட்டது வாழ்க்கை
காரணமின்றி நடந்த
துப்பாக்கிச்சூடாய் காதல் முறிவு
ஆம்... 143 என்றவள்
எனக்கு 144 போட்டுவிட்டாள்.

சாலையோர சாந்தி முகூர்த்தம்

❇

ஊரடங்கும் நடுசாமம்
டிராபிக்கில்லா இரவு நேரம்.

சாலையோர சாந்தி முகூர்த்தத்திற்கு
நல்ல நேரம்.

சுங்கச்சாவடி வளைவுகளின்
மின்னும் விளக்குகள் வரவேற்க,
சாக்குக் கதவின் ஓட்டைவழியே
நுழையும் வெளிச்சம் கண்கூச,
தகரச் சொம்பில் பாலுடன் வந்த
பொண்டாட்டி கேட்டால்
விளக்கை மறைக்கவா..?
'தீண்டாமை ஒரு பாவச்செயல்...'
என்று கட்டியணைத்தான் கணவன்.

சாலையின் ஒதுக்குப்புறத்தில்
நம் அந்தப்புரம் என சிரித்தாளவள்.

தீண்டத்துடிக்கும் இடங்களிலெல்லாம்
தோதாய் கிழிந்த சேலைக்கும்
சேர்த்தே முத்தமிட்டானவன்.

சரக்கு லாரிகள் சத்தத்தினிடையே
சபலச் சத்தங்கள்
கேட்கச் செய்தாளவள்.

மலவாசத்தை மலர்வாசமாக்க
மூக்கிற்குப் பயிற்சியளித்தபடியே
கூட முற்பட்டானவன்.

காவலர் வண்டி சுற்றிவரும் போதெல்லாம்
சைரனும் இதயமும்
ஒருசேரச் சத்தமிடுவதைக்
கவனித்துக் கிடந்தாளவள்.

திடீரென வந்தது இடியுடன் மழை
ரேடியோவில் சொன்னார்கள்...

மழைக் காரணமாக
இன்றைய ஆட்டம் ரத்தாம்.

நிழல்களால் உருவாக்கப்பட்டவன்...

கடவுளைக் கற்பழிக்கிறார்கள்
அற்ப பதர்களே...
காப்பாற்றுங்கள்.

சுஜித் ஜீவி

நீ வேண்டும் என் அருகே
என் தலை கோத,
காதில் காதல் ஓத,
என்னைக் கதகதப்பாக்க,
உள்ளே கலவரமாக்க,
என் கால்கள் உரச,
கொஞ்சம் காமம் அலச,
என் விரல் கடிக்க,
எந்தன் உயிர்க் குடிக்க,
என்னை அரவணைக்க,
என் அசைவுகள் கணிக்க,
என் உதடுகள் இனிக்க,
என் உஷ்ணத்தைத் தணிக்க,
இவ்வுலகை மறக்க,
இன்னும் உயரே பறக்க,
என் தனிமை தீர்க்க,
என்னை மனிதருள் சேர்க்க,
என் போர்வை ஓய்வெடுக்க,
என் வியர்வையில் தேனெடுக்க,
என் கண்களில் தீயிட,
உண்மைகள் பேசிட,
நீ வேண்டும்... என் அருகே.

தேய்ந்து வளர்கிறது
நிலவு
பஞ்சர் ஒட்டப்படுகிறது
டயர்களுக்கு
தோல்வியில் தற்கொலை
செய்கிறான் மனிதன்.

சுஜித் ஜீவி

தன்னிலை இழத்தலா போதை..?
தன்னிலைக் காப்பதே.

கோபம் எனும் உணர்ச்சியை
உடல்மொழிகளில் மறைத்து,
உத்தமனாக நினைக்கிறேன்.
மூளையிலிருப்பதை பேனா
வழியாக காகிதங்களில்
காட்டிவிடும் வரை
பித்தனாகவே இருக்கிறேன்.

சுஜித் ஜீவி

உயிருக்கு விலைபேசும்
உயர்ந்தவர்கள் இங்கே,

வருத்தத்தை மட்டுமளிக்கும்
உறவுகள் இங்கே,

நான் பார்த்த முதல் ஆளுமை
ஆஸ்பத்திரியில் தவிக்கிறது...

என் வீட்டின் மொத்த கம்பீரம்
கட்டிலில் கிடக்கிறது
மூச்சடைத்த காரணம் தெரியலையாம்...
டாக்டருக்கு.

எங்களுக்காகவும் சுவாசிச்சது
தெரியாதே அவருக்கு.
நடக்கப் பழக்கினாய் உன்னை
இழக்கப் பழக்கவில்லையே
கடவுளே நீ கண்
திறக்க வேண்டாம்;
உன் உண்டியல்
திறந்திடு போதும்;
மருத்துவம் தனியார்மயமானது...
நமக்கு மயானமானது.
சிகிச்சை செய்ய
அரசிற்கே வசதியில்லையாம்...
என்னிடம் எப்படி இருக்கும் ?

சீட்டன் டிக்கெட்டுடன்
ரயிலில் ஏறி,
மாம்பழத்தில் இறங்கி,
கால் வலியுடன்
ப்ளாட்பார்ம் தாண்டி,
படி ஏறி இறங்கி,
சுடச் சுட கார மிளகாயுடன்
இருக்கும் சமோசா,
வாசம் வரவேற்க,
சுற்றிச் சுற்றிப் பார்த்துக்கொண்டே
சில தூரம் நடந்து,
உடன் வந்தவரைக் காணாமல்
கண்கள் தேட,
பின்முதுகில் உடன் வந்தவர்
செல்லத்தட்டுத் தட்டும் கண்ணாம்மூச்சி
விளையாட்டுகள் விளையாடி,
ஈயாக மொய்க்கும்
கூட்ட நெரிசலில்
வியர்வைத் துளிகள் மிதந்தோட,

அந்தப் பிரபல கடை வெளியே
சில நேரம் நின்றுகொண்டு
வாட்ச்மேன் முறைக்கும்வரை
ஏசி காற்று வாங்கி,
பர்ஸ் இருக்கிறதா என
பாக்கெட்டில் கையை விட்டு,

அவ்வப்போது சரி செய்துகொண்டு
சரியாக 80 ரூபாயும்
15 நிமிடங்களையும் செலவளித்து,
மொபைல் கவர் வாங்கிவிட்டு,

தாரும் குப்பையும் கலந்துபோட்ட
சாலையில் வீர நடைபோட்டு,
நாக்கை சமாதானம் செய்ய,
ஆளுக்கொரு ஸ்வீட் கார்ன்
வாங்கி சாப்பிட்டு,
அரிசியில் பெயர் எழுதிய
கீச்செயின் விலையை
10 ரூபாய் குறைக்க
பல மணிநேரம் போராடி,
5 ரூபாய் மட்டும் குறைத்த
கடைக்காரரிடம்
பணத்தையும் அசட்டு சிரிப்பையும் கொடுத்துவிட்டு,
தின்று முடித்த
ஸ்வீட் கார்ன் கப்பை
குப்பைத்தொட்டியில் போட்ட பெருமிதத்துடன்
காலரைத் தூக்கிவிட்டு,
கூவிடும் ரயிலை தாவி ஓடிப் பிடித்து,
முடிந்ததென் தி.நகர் ஷாப்பிங்.

நிழல்களால் உருவாக்கப்பட்டவன்...

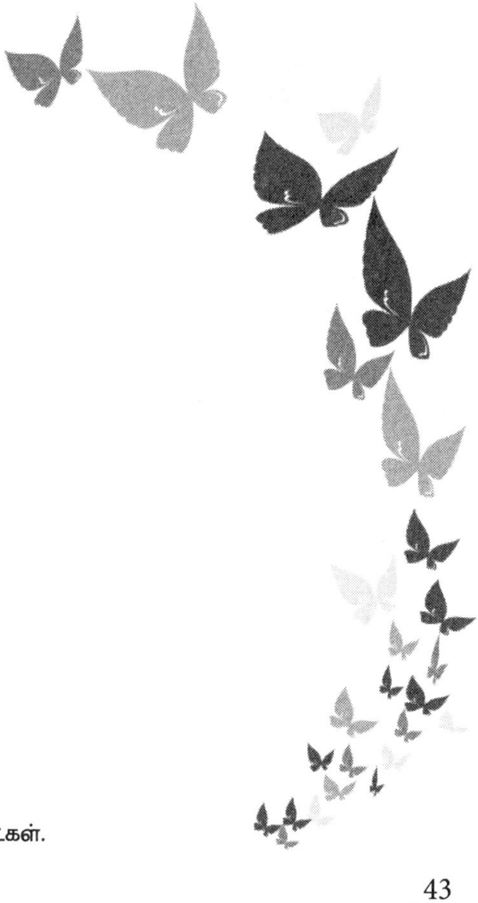

தோல்வி,
தனிமை,
இரவு,
அவள்...
கவிதையின் மூலப் பொருட்கள்.

சுஜித் ஜீவி

586 மில்லியன் பெண்களில் ஒருவளும்
623 மில்லியன் ஆண்களில் ஒருவனும் பார்க்க
நான்கு கண்கள் பேச,
காதல் கனிய
ஆயிரங்காலத்துப் பயிர் விளைய,
கோடி விந்தில் சில வித்தாக,
பத்து மாதம் கழிய,
தினம் பிறக்கும் 3,53,000 உயிர்களில்
அவளும் ஒன்றாக...
194 மில்லியன் பேருக்கு கிடைக்காத உணவைத்
தினம் சாப்பிட,
21 சதவீதம் பேருக்குக் கிடைக்காத கல்வியைப் பெற
90 சதவீதம் பேரில் ஒருவராய்
+2வில் தேர்ச்சிப் பெற,
2650இல் ஒரு மெடிக்கல் சீட் கிடைக்காததால்
தினம் தற்கொலை செய்துகொள்ளும்
300இல் ஒன்றாகிவிட்டாள்.

நிழல்களால் உருவாக்கப்பட்டவள்...

பற்கள் நடுவே
சிக்கிய
சிக்கன் துண்டாய்
உன் நினைவுகள்.

சுஜித் ஜீவி

பெண்ணே...
என்னைத் தொல்லை
செய்தது போதும்;

இரவில்
என் தூக்கத்தைக்
கெடுத்தது போதும்;

என் இரத்தத்தில்
எழுதப்பட்டக் கதைகளுக்கு
முடிவுரை வேண்டும்...
கொசுக்கடி!

நிழல்களால் உருவாக்கப்பட்டவன்...

உன்னையே படைத்த
கடவுளுக்கு நீ
வடை பாயாசத்தைதானா?

சுஜித் ஜீவி

அண்ணனில்லா
தீபாவளி
அனைத்து வெடியும்
பூத்துவிடுகிறது.

நிழல்களால் உருவாக்கப்பட்டவன்...

பூங்காவை நோக்குங்கள்;
புற்களோடு புலன் சேர்த்து
பூக்களோடு நலம் விசாரிக்கும்
ஒரு குழந்தை,

குமிழிகளை ஊதி
குதித்துக் குதித்து உடைக்கும்
ஒரு குழந்தை...

அதை மீண்டும் குடுவைக்குள்ளே
அடைத்திட முயற்சிக்கும்
ஒரு குழந்தை...
நாளைக்குள்ளேனும் வளர்ந்திட வேண்டுமென
கம்பியைப் பிடித்து தொங்கிடும்
ஒரு குழந்தை...

எத்தனை முறை முயற்சித்தும்
தன்பக்கம் சாயாத சீஷாவை
முறைத்துப் பார்க்கும்
ஒரு குழந்தை...

சுஜித் ஜீவி

தன்னுடைய ஐஸ்கிரீமையும்
தம்பியிடமே கொடுத்துவிட்டு
உள்ளம் குளிர்ந்த
ஒரு குழந்தை...

பார்க்கும் மனிதரைப்போல் எல்லாம்
பாவனை செய்யும்
ஒரு குழந்தை...

இந்தப் பூங்காப் புத்தகத்தில்
அந்தரங்க கவிதைகளை
இனி எழுத வேண்டாம்;
அவர்கள் உருவான கதையை
நீங்கள் அவர்களுக்கே திரையிட்டுக்
காட்ட வேண்டாம்;

ஊரே கூடும் இடங்களில்
ஊடல் உரசல்
இனி வேண்டாம்;
பச்சைகளுக்குள் மறைந்துகொண்டு
இனி இச்சைகள் செய்ய வேண்டாம்;
காற்று வாங்க மட்டும் வாருங்கள்...
காமம் வாங்க இனி யாரும் வர வேண்டாம்.

நிழல்களால் உருவாக்கப்பட்டவன்...

ஊறவைத்து
அலசி
துவைத்துக் கொண்டிருக்கிறேன்...
ஒவ்வொரு நுரையிலும்
அம்மா முகம்.

நிலவில் ஆயா
வடை சுடுகிறாளாம்.
இதென்ன பிரமாதம்...
எனக்காக நிலவையே
தோசையாகச் சுடுகிறாளே...
என் அம்மா.

தட்டினால் திறப்பானாம்...
கேட்டால் தருவானாம்...
தட்டாமல் திறந்து
கேட்காததையும் தரும்
என் தெய்வம்...
அம்மா.

நிழல்களால் உருவாக்கப்பட்டவள்...

தெப்பக்குளம்
தெளிந்த நீர்
அறிந்த சூழல்
அழகிய மீன்
பழகிய சுற்றம்
துரோகத் தூண்டில்
சிக்கிய மீன்
துச்சமான தூண்டில்
துடிக்க வைத்த துரோகம்

கருப்பென்றால்
பகுத்தறிவாம்
மூடநம்பிக்கை.

நிழல்களால் உருவாக்கப்பட்டவன்...

வதந்தி, வாந்தி
ஒரே ரகம்
கக்கும்வரை போராட்டம்தான்.
சிந்தனைகள், அவள்
ஒரே ரகம்
இரவில் என்னைத்
தூங்கவிடுவதே இல்லை.
உதவி, முத்தம்
ஒரே ரகம்
பெறுவதும் கொடுப்பதும்
மகிழ்வே தரும்.
பதவி, தாலி
ஒரே ரகம்
பெற்றுவிட்ட பின்
பறிபோனால் பரிதாபம்தான்.

கனவு காண சொன்ன விஞ்ஞானி
அவற்றை நிறைவேற்றவும் செய்த மெய்ஞானி.

இளைஞர்களை ஈர்த்த உயிர்க்காந்தம் நீ
எளிமையே உயிர்மூச்சாய் கொண்டவன் நீ
இராமேஸ்வரக் கடற்கரையில் எடுக்கப்பட்ட முத்து
நீ இந்தியாவின் சொத்து.

உலக அரங்கில் இந்தியாவின்
தலை நிமிரச்செய்தாய்
ஐ.நா சபையிலும் தமிழ் மொழி முழங்கச் செய்தாய்.
அணுவை உடைத்து ஆராய்ச்சி செய்தாய்
மக்களின் மனதிலும் பேராட்சி செய்தாய்.

வள்ளுவன், பூங்குன்றனார் புகழைப் போற்றினாய்;
கடைசி மூச்சு வரை சமூகப் பங்காற்றினாய்.
விருதுகள், புகழ்தேடி நீ
அலைந்தது கிடையாது.

அவைகள் உன்
பாதம் படாமல் சென்றது கிடையாது.
மரண தண்டனையை
ஒழிக்கப் பாடுபட்ட
ஏவுகணை நாயகனே!
சொர்க்கம் நோக்கியும்
செலுத்திவிட்டாயா... உன் ஏவுகணையை..?
அக்னிச் சிறகுகளை எரித்திட முடியாது
எங்கள் மனதை விட்டு
உன்னைப் பிரித்திட முடியாது.

நிழல்களால் உருவாக்கப்பட்டவன்...

வார்த்தைகளை உடனேயும்
சில்லரையைத்
தாமதித்தும் கொடுக்கிறார்...
அந்த கண்டக்டர்.

சுஜித் ஜீவி

நதிகளுக்கெல்லாம்
பெண்களின் பெயர்...
விளைவு
பக்கத்து வீட்டாருடனெல்லாம்
ஓயாத சண்டை.

கொஞ்சம் வலியாலும்
நிறைய பொய்களாலுமே
எழுதப்படுகின்றன...
காதல் கவிதைகள்.

நிழல்களால் உருவாக்கப்பட்டவன்...

முத்தம்...
முதல் வார்த்தையிலேயே
இணைந்து விடுகிறதே...
இதழ்கள்.
கவிதை மீது எனக்கு காதல்
ஏனோ இன்றுவரை
ஒருதலையாக.

சுஜித் ஜீவி

சிட்டுக்குருவியின்
ரீங்காரம் கேட்கிறது...
செல்போன் ரிங்க்டோனில்.

வழியா இல்லை..?!

சிறுவா...
ஆழ்துளைக் கிணற்றிலிருந்து
மீண்டு வா.
கீழடியோடு இந்த நூறடியும்
வரலாறு பேசட்டும்...
மீண்டு வா.

சவால்கள் மிச்சமிருக்கிறது...
பேருந்தில் ஓட்டையிருக்கும்
தாண்டிவிடு.

ரேஷன் அரிசியில்
புழுவிருக்கும் தூக்கி எறி.

பள்ளிக்குள் தீப்பற்றும்
தப்பித்துவிடு.

கல்விக் கொள்கை மாறும்
பொறுத்துக்கொள்.

ஆக்ஸிஜன் சிலிண்டர்
காலியாகும் தாக்குப்பிடி.

உரிமைகள் பறிக்கப்படும்
போராடு.

துப்பாக்கியால் சுடுவார்கள்
தப்பி ஓடு.

வாழவே வழியில்லையா..?
பிழைத்துக்கொண்டே இரு.

சுஜித் ஜீவி

நேர்த்தி

❈

ஒட்டாமல் வார்த்தெடுக்கப்படும்
அம்மாவின் முதல் தோசை.

நிழல் விழாமல் கட்டப்பட்ட
தஞ்சை கோவில் கோபுரம்.

நிஜம் கலக்காமலிருக்கும்
அரசியல்வாதியின் வாக்குறுதி.

மூக்குக்கு நேரே நெற்றியில்
இடப்படும் குங்குமப் பொட்டு.

சரியாக வீட்டின் முதல் படியில்
வந்து விழும் செய்தித்தாள்.

எல்லாப் புள்ளிகளையும் இணைத்துப் போடப்பட்ட
அரிசி மாவுக் கோலம்.

சரியாக மதியம்
இரண்டு மணிக்குப்
பால்கனி வரும் காகம்.

ஆம்; என்னுடைய
முதல் காதலும் தோல்வியில்...

வாழ்க்கையையே தொலைத்துவிட்டுக்
கோவிலுக்குச் சென்றேன்...
செருப்புகளும் தொலைந்தன.

திரும்பி வந்தேன்.
செல்வம் சேர
அர்ச்சனை செய்தேன்.
ஐயர் காரில்
செல்வதைக் கண்டேன்.

கடவுளே காப்பாத்தென்று
அழுது துடித்தேன்.
சிலை திருடப்பட்டதாய்
செய்திப் படித்தேன்.

ஊரையேக் கண்காணிக்கும்
கடவுளை இங்கு
சிசிடிவிகள் கண்காணிக்கக் கண்டேன்.

சுஜித் ஜீவி

காவல் தெய்வங்கள்
வசிக்கும் கோவிலில்
காவலாளிகளைப் பணியில் கண்டேன்.

கூட்ட நெரிசலில் மூச்சுமுட்டி
பக்தகோடிகள் சாகக் கண்டேன்.

மண்டையில் தேங்காய்
உடைத்து பலர்
மண்டையைப் போட்டதை
நானும் கண்டேன்.

மலைகளில் மட்டுமில்லையடா...
உன் மனதிலுமிருக்கான்
அக்கடவுள்.

சிலைகளில் மட்டும் தேடாதே
உன்னருகிலும் இருப்பான்
அக்கடவுள்.

மனிதம் மறந்து
இறைவனைத் தேடினால்
அவனுக்கு சாபங்கள் தந்திடுவேன்.

மூடநம்பிக்கையை நீயும் வளர்த்தால்
கடவுளே...
உன் கண்களைக் குத்திடுவேன்.

✻